banana

guava

orange

mango

pineapple

avocado pear

passion fruit

tangerine

For Emma, Linda, Nadine and Yewande

*The author would like to thank everyone who
helped her research this book, especially Wanjiru
and Nyambura from the Kenyan Tourist Office,
and Achieng from the Kenyan High Commission.*

*The children featured in this book are from the
Luo tribe of south-west Kenya.*

Copyright © 1994 Eileen Browne
Dual Language Copyright © 1999 Mantra Lingua
This edition published 2022

First published in 1994 by
Walker Books Ltd

Published by
Mantra Lingua
Global House
303 Ballards Lane
London N12 8NP
www.mantralingua.com

ISBN 978-1-84611-303-1
Printed in UK

HANDA VÀ MÓN QUÀ BẤT NGỜ

HANDA'S SURPRISE

Eileen Browne

Vietnamese translation by Nguyen Thu Hien & Ben Lovett

MANTRA
LINGUA

Handa đặt những trái quả thơm ngon vào chiếc giỏ để mang đến cho bạn, Akeyo.

Handa put seven delicious fruits in a basket for her friend, Akeyo.

Bạn ấy sẽ rất ngạc nhiên, Handa nghĩ và bắt đầu lên đường đến làng của Akeyo.

She will be surprised, thought Handa as she set off for Akeyo's village.

Không biết bạn ấy sẽ thích trái cây nào nhất nhỉ?

I wonder which fruit she'll like best?

Bạn ấy sẽ thích trái chuối vàng và mềm ...

Will she like the soft yellow banana ...

hay là trái ổi ngọt lịm và thơm lừng?

or the sweet-smelling guava?

Bạn ấy sẽ thích trái cam tròn mọng nước ...

Will she like the round juicy orange ...

hay trái xoài chín đỏ?

or the ripe red mango?

Bạn ấy sẽ thích trái rứa với những chiếc lá nhọn ...

Will she like the spiky-leaved pineapple ...

trái bơ xanh béo ngậy ...

the creamy green avocado ...

hay là trái lạc tiên tím thơm phức?

or the tangy purple passion-fruit?

Which fruit will Akeyo like best?

Trái cây nào Akeyo sẽ thích nhất nhỉ?

"Hello, Akeyo," said Handa. "I've brought you a surprise."

"Chào Akeyo," Handa nói. "Mình có một món quà bất ngờ cho bạn."

"Trái quýt!" Akeyo reo lên. "Trái cây mình thích nhất."
"TRÁI QUÝT?" Handa nói. "Điều này *thật là* bất ngờ."

"Tangerines!" said Akeyo. "My favourite fruit."
"TANGERINES?" said Handa. "That *is* a surprise!"

monkey

ostrich

zebra

elephant

giraffe

antelope

parrot

goa